கதை சொல்லும் கவிதை

சேதுபதி கிருஷ்ணன்

பொருளடக்கம்

பொருளடக்கம்

1. நண்பர்களுடன் உரையாடல்

அன்றொரு நாள் சின்னஞ்சிறு சண்டைகள் எங்களுக்குள் ஆனாலும் வருத்தமில்லை.....

ஏனோ நாங்கள் செய்தது நண்பர்களுடனான அன்பு சண்டைகள்..

எங்கள் சண்டையோ கோபத்தின் உச்சம் அல்ல நட்பின் உச்சம்....

எங்கள் சண்டையில் ஒருபோதும் கொள்ள மாட்டோம்..மனிதனின் எதிரியான கோபத்தை.....!

நண்பர்களின் உரையாடல் மகிழ்ச்சியின் உச்சம், அந்நேரத்தில் கவலை கொள்ள மாட்டோம் எதைப் பற்றியும்.....

கண்டதை நினைத்து கண்கலங்க மாட்டோம்......

ஏனோ,

என்னுள் உரையாடுவது என் ஆருயிர் நண்பன்.....

அனைவரிடமும் கற்றுக் கொள்வோம் வாழ்க்கையின் பாடத்தை நகைச்சுவையாய் சிரிப்புடன் எங்களின் உரையாடலுக்கு எல்லை இல்லை சிரிப்புக்கு பஞ்சமில்லை கவலையை காண்பதில்லை.....

வாழும் நாட்களில் சொர்க்கத்தை உணரும் தருணங்கள்..

என் நண்பர்களுடன் காணும் உரையாடல் நிமிடங்களில்

எங்களுக்கு தூரம் இருப்பினும் துயரமும் எங்கள் உரையாடலுக்கு முடிவும் ஒருபோதும் இல்லை.....

2. 2030ல் இந்தியா

எழுத்தாளனாக அல்ல இந்தியனாக எழுத நினைக்கிறேன்.
2030ல் இந்தியா, எதிர்கால இந்தியா பாரதமாக மாறுமா ?
இந்தியா முழுவதும் எந்த மொழி இருக்குமா ?
தமிழ்நாட்டிலும் தமிழ் இருக்குமா?
வல்லரசாக எழுச்சி பெறுமா ?
இல்லை கடன் அதிகம் ஆகுமா?
இந்தியாவில் அன்பை மறந்து AI உடன் வாழ்வோமா?
என பல கேள்விகள் என்னுள் இருப்பினும் அன்பு கொள்வேன் என்
நாட்டின் மேல் எதிர்காலத்தில் எதிர்கொள்வோம் எதிரியை கொல்-
வோம். கடனை ஒழிப்போம்..! காவல் காப்போம்...! வருங்காலம் பேர்
சொல்லும் பெருமை கொள்வோம் நான் இந்தியன் என்பதற்காக...!
வாழ்க இந்தியா!
வளர்க இளைஞர் சமுதாயம்!

3. எதிர்கால இந்தியாவை பற்றிய கவிதையாம்!

வல்லரசாக வளர்ச்சி பெறும் நாட்டின் நாயகர்கள் நாங்கள்,

நான்கு திசைகளிலும் செலுத்திட செய்வோம்...

நாளும் பெருமை கொள்வோம்,

இந்தியன் என்பதற்காக.....

எதிர்கால இந்தியா வருங்கால பாரதமா? தெரியவில்லை... இருப்பி-

னும் வருங்காலம் பெருமை கொள்ளும்,

தன்னை இந்தியன் என்று சொல்லிக் கொள்வதில்....

அன்பைப் பகிர மனிதர்களை மறந்து AI கொண்டு ஏமாற்றம்

அடைவோமோ?....

சிந்தியுங்கள்....!

நாம் வளர்ச்சி பெறும் நாடு என சொல்வதை விட நாங்கள் விவசாய

நாடு என சொல்லி கொள்ளுங்கள் விவசாயத்தை வளர்த்துக் கொள்-

ளுங்கள்.

உலகிற்கு அன்பையும், அறத்தையும் கற்றுக் கொடுத்தோம்.

ஆனால்,

பலதையும் மறந்து பணத்திற்காக மட்டும் ஓடிக் கொண்டிருக்கிறோம்.

சிந்தியுங்கள்... நண்பர்களே,

இந்தியா வல்லரசாக ஆக வேண்டுமா?

இல்லை பாரதமாக மாற வேண்டுமா?

யோசியுங்கள்,

லாபம் முக்கியமா?

விவசாயம் முக்கியமா?

சிந்தியுங்கள் சிதைப்பதை நிறுத்தி இந்தியாவை வளர்ச்சி அடைய

செய்யுங்கள். பெருமை கொள்ளுங்கள் இந்தியன் என்பதற்காக.....!

வாழ்க! வளர்க! இந்தியா....

• 4 •

4. பேருந்து பயணமும் ஆசிரியர்களின் வாழ்க்கையும்

அன்று ஒரு நாள்,

கல்லூரி முடிந்து எனது கிராமத்திற்கு சென்று கொண்டிருந்த நேரம்...

பேருந்தில் பயணத்தில் பலரையும் கண்டுகொண்டு பல காடு மலை-களையும் பார்த்துக் கொண்டு பரபரப்பான ஒரு பயணம்....

பேருந்து கூட்ட நெரிசலில் சலசலவென சத்தத்துடன் ஒரு பயணம்....

ஏனோ..!

நான் மட்டும் அனைவரையும் பார்த்துக் கொண்டு பல பசுமை சூழ்-நிலைகளையும் ரசித்துக்கொண்டு முகமோ புன்னகையுடன் சென்று கொண்டிருந்த தருணம்...

அனைவரும் தனக்கான நிறுத்தம் வந்ததும் இறங்கிக்கொண்டனர்....

நானோ,

பேருந்தில் எனது நிறுத்தத்தில் இறங்கும் வரை அனைவரையும் பார்த்துக் கொண்டிருந்தேன்...

சிரிப்புடன் சில பேர், சீறும் காளைகளாய் சில பேர், காதலர்கள், நண்பர்கள், நாலும் தெரிந்த பெரியவர்கள் என அனைவரும் ஒரு வித எதிர்பார்ப்புடன் தனக்கான நிறுத்தத்திற்கு செல்ல காத்துக் கொண்டிருந்த தருணம்....

சிந்தியுங்கள்..!

அது பேருந்து பயணம் மட்டுமல்ல ஒருவரின் வாழ்க்கை பயணம் வாழ்க்கையை தேடி பயணம் செல்கின்றனர்.....

"ஓட்டுனர் என்னும் வழிகாட்டியின் உதவியோடு"

இறுதியில் அனைவரும் தனக்கான இடத்தில் இறங்குகின்றனர் வாழ்க்கையில் வெற்றி பெறுகின்றனர்....

அதுபோல்தான் நம் வாழ்க்கையில் திகழ்கிறார்கள், வழிகாட்டி எனும்

ஆசிரியர்கள்....

தனக்கான பேருந்தை தேர்வு செய்து பயணிக்க வைக்கும் அனைத்து ஆசிரியர்களும் பேருந்து நிலையத்தில் நின்று விடுகிறார்கள்.....

நாமும் வாழ்க்கை எனும் பயணத்தை வென்று விடுகிறோம்...

ஆசிரியர்களோ அந்த வெற்றியில் அடைகிறார்கள் தன் இணைப்பி-ரியா மகிழ்ச்சியை....

ஒவ்வொரு மாணவனின் வெற்றிகளிலும் மகிழ்ச்சி அடையும் அனைத்து ஆசிரியர்களும்

ஆண்டவர்களே....!

மாணவச் செல்வங்களை..! உயரிய செல்வங்களாய் மாற்றும் அனைத்து ஆசிரியர் செல்வங்களும்...

உலகின் தலைசிறந்த விலை மதிப்பில்லாத வைரங்கள்......!

வாழ்க ஆசிரியர்கள்..!

வளர்க மாணவச் செல்வங்கள்..!

வாழ்க வளமுடன்..!

5. விவசாயம்

அண்மையில் நான் கண்டது ஒரு விவசாயின் பரிதாபம்...

தன் நிலத்தில் பயிரிட்ட தாவரங்களை உரிய காலம் வந்ததும் நம்மை விட்டு விடை பெறுகிறது...

ஓர் கத்திரி செடி...

தன் ஆயுள் முடியும் தருவாயில் பசுமையை இழக்க நேரிடுகிறது..

அந்த விவசாயி அதன் ஆயுள் முடிவடைந்து விட்டது என தெரிந்-
தும்...

அதற்கென உரங்கள், நீர் விடுதல் என தன் தாயைப் போல பார்த்-
துக் கொள்கிறான்...

இருப்பினும் அந்தச் செடி காய தொடங்குகிறது...

விவசாயி தன் பாசத்தை கண்ணீராய் வடிக்கிறான்...

ஒரு செடியின் ஆயில் முடிவதை கூட தாங்கிக் கொள்ள முடியாத-
வன் தான்

உலகின் உத்தம மனிதன் விவசாயி...!

பல உயிர்களை காப்பவன்....!

தினமும் பல உயிர்களை விதைப்பவன்....!

துயரத்திலும் மண்ணையும், பயிரையும் நம்பி வாழ்பவன்....

அனைத்தையும் காப்பாற்றுபவன்...!

இருப்பினும் வறுமையில் வாடுபவன்....

ஆனாலும் மகிழ்ச்சியுடன் விவசாயத்தை காப்பவன்....

நாட்டின் காப்பாளன்....!

என்னும் உயரிய இடத்தில் இருக்கும் உலகின் உத்தம மனிதன்...

வாழ்க விவசாயம்!

வளர்க விவசாயி!!

6. வாழ்க்கையின் இறுதி கட்டம்

அண்மையில்...!

பேருந்து பயணத்தில் ஒரு முதியவரை கண்டேன்....

தன் தளராத வயதிலும் பணிக்குச் சென்று திரும்பி கொண்டிருந்-
தார்....

ஏனோ...!

அவரிடம் அமரும் வாய்ப்பு எனக்கு கிடைத்தது.....

அந்த முதியவர் என்னிடத்தில் என்னை பற்றி கேட்டறிந்தார்.....

நானும் அவரை பற்றி கேட்கலாம்..

என எண்ணும்போது,

அவரே அவரை பற்றி என்னிடம் கூறினார்....

நான் அவரை பற்றி கேட்டதும் அதிர்ச்சி ஆனேன்...

ஏனோ...!

அவர் கூறியது அவர் வயது 70...

அவர் மகன் மகள்கள் மொத்தம் நால்வர்..

ஆனாலும்..!

ஒருவரும் என்னுடன் இல்லை என்னை பார்த்து கொள்வதும்
இல்லை...

அன்புடன் இருந்தனர்...

சொத்துக்கள் என்னிடம் இருந்தவரை...!

இந்த உடம்பில் சத்துக்கள் இருந்த வரை...!

வாழ்கிறேன்....

நினைவுகளில்...

இருக்கிறேன்....

அனாதை போல்....

கண் கலங்கினார் கவலை கொண்டார்.....

ஆறுதல் கூறுவதை தவிர்த்து என்னால் ஒன்றும் செய்ய முடிய-
வில்லை....
அவரோ...!
முடிவில் உன் பெற்றோரை பார்த்துக்கொள்...!
எனக் கூறும் போது...
அவரது முகம் ஏக்கத்துடன் கண்ணீருடன் கண்டேன்....
உருகிப் போனேன் பனிக்கட்டியாய்....!
உடைந்து போனேன் கண்ணாடியாய்....!
அவரிடம் என்ன சொல்வது என்று அறியாமல்.....!!!!!

ஆறுதல் கூறுவதை தவிர்த்து என்னால் ஒன்றும் செய்ய முடிய-
வில்லை....
அவரோ...!
முடிவில் உன் பெற்றோரை பார்த்துக்கொள்...!
எனக் கூறும் போது...
அவரது முகம் ஏக்கத்துடன் கண்ணீருடன் கண்டேன்....

7. TEENAGE PREGNANCY

வருங்காலம்....

பேர் சொல்லும் என எழுதிய கைகள் வருத்தமடைகிறது.....

வருங்காலங்களில் செயல்களை கண்டு

சிறுபிள்ளைத்தனமாக

சிறுமியர்களாக இருக்க வேண்டியவர்கள், ஒரு குழந்தைக்கு தாயாக மாறுகிறாள்....

கணவனை கரம் பிடிக்கும் முன், மேஜர் ஆக வளர்ச்சி அடையும் முன்,

நாட்டுப் பெண்கள் அனைவரும் மகாராணிகள் எனக் கூறினார்.. விவேகானந்தர்,

ஆனால்...

இங்கு பலரால் பலரது வாழ்க்கையோ வருத்தம் அடைய வைக்கிறது சில இழிவான ஆண்களின் செயலால்...

ஒன்றும் அறியாத வயதில் ஒருவனை காதலிக்கிறேன் என தனக்-குள்ளே முடிவெடுக்கும் பெண்ணின் நிலை, தன் நிலை பற்றி கவலை கொள்ளாமல்

யாரோ ஒருவனை நம்பி தனிமையில் சந்திக்க தரைமட்டமானது அக்குழந்தையின் வாழ்க்கை...

நம் நாட்டில் மட்டும்தான் ஒருவன் காதலித்த பெண்ணை ஆறு பேர் பாலியல் தொல்லை செய்வதெல்லாம்...

இதற்கு அந்த காதலனும் துணை

வெட்கமடைகிறேன்..,

இவர்களும் என் மக்களா?..

வருடம் வருடம் அதிகரிக்கிறது ஒவ்வொரு 17 வயதிற்கு உட்பட்ட குழந்தையின் கல்வி தேர்ச்சி அல்ல கலவி தேர்ச்சி....

ஒவ்வொரு குழந்தையின் வாழ்வை சீரழிக்கும் ஒவ்வொருவனும் இந்-
நாட்டின் கழிவுகள்....

கவலை கொள்கிறேன்..

இதனை நாட்டின் ஒரு செயலாக எண்ணி எடுத்துரைப்பதற்கு
இவ்வாறு

நடைபெறும் ஒரு செயலின் பின்பும்

ஒவ்வொரு ஆண்மகனும் வெட்கப்பட வேண்டும் இந்நாட்டின் ஆண்-
மகன் என்று சொல்வதற்கு

மாற வேண்டும்...! மாற்றங்களை உருவாக்க வேண்டும்..!

வருங்கால தலைமுறையை காப்பது நம் பொறுப்பு

சிந்தியுங்கள்..!

ஓர் பெண் குழந்தையின் வாழ்க்கையை புதிதாக சித்தரியுங்கள்

8. GEN-Z

தொலைபேசியில் வாழ்க்கை தொலைவதை
கண்டேன்...!
என் நண்பன் வடிவில்....

9. . எனக்கான வாழ்வு எப்போது?

எழுதுகோலை பிடிக்க தொடங்கினேன்....
எழுத்தாளனாக அல்ல...!
எழுத்தாளன் ஆக வேண்டும் என்பதற்காக...!
வாழ்க்கையை படிக்க தொடங்கினேன்...
வாழ்வதற்காக அல்ல..!
பிறருக்கு வாழ்க்கை கற்பிப்பதற்காக....!
நிறைய விளையாட தொடங்கினேன்....
வெற்றிக்காக அல்ல....!
தோல்வியில் கற்பதற்காக....!
அரசு வேலைக்காக தயாரானேன்....
அரசு அதிகாரி ஆகுவதற்காக அல்ல....!
குடும்பத்தை சமுதாயத்தில் உயர்த்துவதற்காக......!
வாழ்க்கையில் அனைவரும் சமம் என நினைக்கத் தொடங்கினேன்...
ஏனோ..! நான் மட்டும் தனியாக அலைந்தேன்..
சாதியை வெறுத்தேன்...
சாக்கடைக்கு சென்றேன்..
சாக்கடையாய் திகழும் சாதியோ சென்றது என் வீட்டின் கருவறைக்-
குள் ....!
உண்மையை மட்டுமே பேச தொடங்கினேன்....
பொய் பேசக்கூடாது என்பதற்காக அல்ல..
தன்னைப் போல் ஒருவன் உண்மையை மட்டுமே பேசுவான் என்ப-
தற்காக...

அனைத்தும் பிறருக்காக என்று நினைக்கும் போது...
என் வாழ்வை எனக்காக
வாழ்வது எப்போது ?

அனைத்தும் பிறருக்காக என்று நினைக்கும் போது...
என் வாழ்வை எனக்காக
வாழ்வது எப்போது ?

10. கவிதை தொகுப்பு

கவிதை எழுத நினைக்கிறேன்...
கவிஞனாக அறிஞனாக அல்ல
நான் கற்றதை கொண்டும் காண்பதை கொண்டும்,
என்னுள் எழுந்த கேள்விகளைக் கொண்டும்....,
கேள்விகளுக்கான விடைகளாய் என்னுள் எழும் உணர்ச்சிகளைக்
கொண்டும்
என்னுள் எழும் எண்ணங்களை விடைகளாய் கொண்டும் எழுத
நினைக்கிறேன்
சிலர் இதை கவிதையா..?
என நினைக்கும் அளவுக்கு அல்ல...
ஓ! இதுவும் கவிதை தான் போல என பலரும் நினைக்கும்
அளவுக்கு...
என்னுள் எழுந்த கேள்விகளுக்கான பதில்கள் சரியானவை என
விமர்சிக்கும் வகையிலும்...
பலரையும் யோசிக்க வைக்கும் வகையிலும் எழுத நினைக்கிறேன்..
இந்த கவிதையை
என்னுள் எழும் எண்ணங்களை எழுதுகிறேன் இந்த கவிதை
தொகுப்பாய்...............!

11. வாழ்க்கை

வாழ்க்கையை வாழ்பவன் சாதனை செய்ய துடிக்கிறான்

வாழ்க்கையை தேடுபவன் வாழ நினைக்கிறான்

வாழ்ந்தே ஆக வேண்டும் என நினைப்பவன் வறுமையை வெல்ல நினைக்கிறான்

வாழ்க்கையின் வெற்றிக்காக ஓடுபவன் தோல்வி அடைய நினைக்-கிறான்

வாழ்க்கையில் நாளும் நம்பிக்கை கொள்பவன் முயற்சியை மட்டும் தான் மூச்சாக நினைக்கிறான்

வாழ்க்கையை வெறுப்பவன் வாழும் நிமிடங்களின் எண்ணிக்கையை குறைக்க நினைக்கிறான்

வாழும் நிமிடத்தை அதிகரிக்க நினைப்பவன் பாவங்களை குறைக்க நினைக்கிறான்

வாழ்க்கையில் இன்ப துன்பத்தை அளவாய் இருக்க வேண்டும் என நினைப்பவன் சக மனிதன் ஆகிறான்

வாழ்க்கையில் அனைத்து கஷ்டத்திலும் பயிரிடுபவன் கடவுள் என்-னும் விவசாயி ஆக உயிர்ப்பிக்கிறான்

வாழ்க்கையில் சூழ்நிலைக்கு ஏற்ப வாழ்பவன் சுயநிலை வாதியாக மாறுகிறான்

வாழ்க்கை எனும் சதுரங்கத்தில் இருப்பவன் நிச்சயம் போரிடுவான் போராடுவான் இறுதியில் வெற்றி பெறுவான்

..........அனைவரும் வெற்றி பெறுவார்கள் அவர்களுக்கான நோக்-கத்தின் அடிப்படையில் வாழ்க வளமுடன்.......!

12. நம்ம ஊர்

காலை நேர வேலை பனியுடம் மூடிய மேகமூட்டம்,
அமைதியான சூழல்,
மரங்கள் தன்னை தானே அசைத்துக் கொண்டிருந்தன
பார்ப்பதற்கு அருமையாக காணப்பட்டது
. ஊருக்கு நடுவே ஆலயம் ஒன்று பழங்காலத்தது என்று பொய் கூற
மனம் இல்லை
அந்த ஆலயம் போல எங்கள் ஊரின் மக்களின் மனமும் அழகானது
அடித்துக் கொள்வோம்...!
பிறர் அடித்துவிடக் கூடாது என்பதற்காக,
அனைவரையும் ஏற்றுக் கொள்வோம்,
நண்பனாக....! சொந்தத்தில் ஒருவனாக...!
மாறுவோம்....!
நண்பனுக்கு எனில் எதையும் எதிர்ப்பவனாக...! எங்களின் மகிழ்ச்-
சியோ
வாரந்தோறும் நடைபெறும் 11 பேர் கொண்ட மட்டைப்பந்து
ஆட்டம் மட்டுமே
ஊருக்குள் யாவருக்கும் மரியாதை உண்டு,
அவர்கள் சிறியவனாக பெரியவனாக அல்ல, அவர்களின் செயல்க-
ளைப் பொறுத்ததே...,
வார்த்தைகளில் அல்ல...
வாழும் காலம் வரை..
எல்லாம் என் சொந்தங்களாக....!
என்னுள் கலந்த உயிராக......!

13. அகம்

சிலரின் அகத்தைக் கண்டதாலும்...
முகத்தின் அழகை பார்க்க தோன்றவில்லை...
அகத்தின் அழகு முகத்தில் தெரியும் என்பர்
அகமோ அழகு எனில் முகத்தின் அழகு எதற்கு,
பார்ப்பதற்காகவா இல்லை
வெளித் தோற்றத்தைக் கண்டு வியக்காது..
அதன் பிறகு வெறுத்துவிடுவாய்
சிலரின் உள் தோற்றத்தை கண்டு....
அழகு கண்களுக்கு மட்டும் தான்....,
காவியத்தலைவனுக்கு அல்ல....,
முகத்தின் அழகு மாறுபடும்,
ஆனால் அகத்தின் அழகு சிலரை மாற்றும்.....
இனியும் முகத்தின் அழகை மட்டும் பார்க்காமல்
அகத்தின் அழகை கொண்டு அகிலத்தின் அற்புதமாக திகழ்-
வோம்....,
அகத்தின் அழகைக் கொண்டு உச்சம் பெறுவோம்....,
இந்த உன்னதமான வாழ்வில்....,
அழகு முக்கியம் தான் ஆனால் வாழ்க்கைக்கு அல்ல....
வாழ்க வளமுடன்.........!

14. இருட்டு

உலகின் அழகை தேடிக் கொண்டிருந்தேன்.........,
ஏனோ.......,
என் கண்களுக்கு தெரியவில்லை
மயிலோ ,பசுமை விழிகளோ ,அழகிய இடங்களோ என எதுவுமே
என் கண்களில் படவில்லை எனக்கு தெரிந்தது கருப்பு மட்டுமே ....!
நானும் முயற்சித்தேன் பார்ப்பதற்கு,
ஏனோ,
என்னால் பார்க்க முடியவில்லை, என்ன நிகழ்ந்தது........,
என் காதுகளிலோ...! சத்தம் கேட்டது பார்ப்பதை தவிர்த்து விட்டு
கேட்டேன்..
பார்வையற்றோர் பேசிக் கொள்வதை...
இவனால் ஒரு நிமிடம் பார்க்க முடியவில்லை என்றதும் பதறுகிறான்
என்று ஏளனம் செய்யவில்லை.....,
ஏனோ என் மீது கொண்ட பாசத்தில்.....,
நானும் என்ன செய்வது என்று தெரியாமல் குழம்பிக் கொண்டே
அவர்களிடமே இதற்கான தீர்வை கேட்டேன்
அதற்கு அவர்கள் கூறினார்கள் நண்பா..! திறந்திடு உன் கண்களை
என்ன சொல்கிறீர்கள்....
என வினவினேன்..?
அதற்கு அவர்கள் கண்ணை திறக்க முயற்சி செய் எனக் கூறினார்..,
நானும் திறந்தேன்...
என் கண்களுக்கோ விடியல் பிறந்தது அப்போது புரிந்தது நான்
உறங்கிக் கொண்டிருந்தேன் என்று..
அவர்கள் பார்வையற்றவர்கள் அல்ல என் கண்களை விளிக்க செய்-
தவர்கள்...

வாழ்க்கையும் அது போல தான் கடினமானது
விழித்துக் கொள்.....! விடியலை ஏற்படுத்திக் கொள்....!
உன் வாழ்வில்...!
வெற்றிக்கொள்....!
உண்மையில் உன் நேர்மையில்...!
மனதார உழைத்து உன் வாழ்வில் வெற்றிக்கொள்....!
வாழ்க வளமுடன்.........

15. அந்திவேளை

மாலை நேர வேளையில் ஏதோ ஒரு கூச்சம் என் கண்களில் படற கண்களோ பளபளக்க.. உடல் அதை ரசிக்க..... என் முகமோ கோபம் கலந்த சிரிப்புடன் மீண்டும் அந்த ஒளியை பார்க்க.. முழு-வதும் பார்க்க முடியாமல். தவித்தேன்...! அந்த ஒளியே என் கண்-களை ஆற்பரித்தது. நானோ இரவை ரசிக்க காத்து கொண்டி-ருக்க..! சிறுவன் ஒருவன்.... அந்த ஒளியை செல்ல வேண்டாம் என வேண்டி கொண்டிருக்க

அப்போது உணர்ந்தேன் ......தன் இளமைப்பருவ நிகழ்வுகளை...!

ஓர் வினாடி அனைத்தும் என கண் முன்னே வர நானும் ரசிகன் ஆனேன் அந்த ஒளிக்கு....

16. எல்லாம் மாறும்

இரவு வேளையில் இருட்டை கண்டு பயம் கொண்டேன்..,
ஒரு நாள்....,
ஏனோ நம் வாழ்க்கையில்.....,
தினம் தோறும் இரவு பகல் நிகழ்ச்சி நடைபெறுகிறது
ஆனால்,
பலர் வாழ்க்கையோ இரவாகவே காணப்படுகிறது
நானும் கேள்விப்பட்டு இருக்கிறேன்
இராவணன் ஆட்சியில் துன்பம் என்று ஒன்றை யாரும் அறிந்தது
கிடையாது என்று,
அதுபோல சில மனிதர்களின் வாழ்க்கையில் விடியல் என்பது கனவு
போன்று,
ஆனால்,
இலங்கையிலோ துன்பம் உண்டானது
இராவணன் இறப்பில்
அது போல சில மனிதர்களின் வாழ்விலும் விடியல் வரும்
இரவின் இறப்பில்.....
எப்போதும் அனைவருக்கும் துன்பம் நேரிடாது.....
அது போல எப்போதும் இன்பம் இருக்காது...
எதுவாக இருந்தாலும் துன்பத்திலும் இன்பம் காண்போம்
துயரத்திலும் நம்பிக்கை கொள்வோம்
ஒவ்வொரு விடியலிலும் ஒற்றுமையாய் இணைந்து உயரம் கொள்-
வோம்
இரவு என்பது ஒன்று இருப்பின் விடியல் என்பது நிச்சயம் நிகழ்வு
நம்பிக்கையுடன்...

நாளும் நகரும்
மனதில் புன்னகையுடன்....
இருந்தாலும் துன்பத்திலும் இன்பம் காண்போம்........!

• 23 •

17. எல்லாம் நன்மைக்கே

காற்றானது தென்றலாய் வீச....
பாடலானது இனிமையாக காதில் கேட்க....
குழந்தைகளே இனிமையான கூச்சலுடன் இரவு பகல் எண்ணாமல்
ஒற்றுமையுடன் விளையாடுவதை கண்டேன் எனது அற்புதமான
சொர்கத்தில்.....
கண்டேன் குழந்தைகளிடம்....
எந்தவித பயமின்றி மகிழ்ச்சியையும் மட்டும்
அந்த நொடி...
என்னுள் வந்த என் ஞாபகங்கள் என் இளமை பருவத்தை நோக்கி...
சில நிமிடம்..
நான் அவர்களிடம் கண்டேன் என் இளமைப் பருவ குறும்புகளை..
நானும் சில வினாடிகள் மாறினேன் ஒரு குழந்தைகளாக...
சட்டென்று..
என் மனமும் ஏங்கியது குழந்தையாகவே இருந்திருக்கலாம் என்று...
ஆனால்..
மனதிடம் மூளை கூறியது அனைத்திற்கும் ஒரு பலன் உண்டு..
நீ கற்றுக் கொள்வது பல உண்டு..
அதனால்.
கடந்ததில் நற்செயல்களை மட்டும் எடுத்துக் கொண்டு நிகழ்வில்
நன்மைகளை மட்டும் செய்து கொண்டு,,
நீ நடக்கப் போவதில் அனைத்தும் நன்மைக்கே என்று நினைத்துக்
கொண்டு வாழ் என கூறியது மூளை...
மனமோ சிரித்துக்கொண்டு..
எல்லாம் நன்மைக்கே...!
எனக் கூற

முகமோ சிரிப்பில் ஆழ்ந்து கிடைக்க அனைத்திற்கும் விடை தெரிந்து..

எதுவும்....! எப்போதும்..!.

எல்லாம் நன்மைக்கே ....!என்று

முகமோ சிரிப்பில் ஆழ்ந்து கிடைக்க அனைத்திற்கும் விடை தெரிந்து..

எதுவும்....! எப்போதும்..!.

எல்லாம் நன்மைக்கே ....!என்று

18. வலிகளின் வழி

வாழ்வின் வலிகளில் வரலாம் ஆயிரம் வழிகள்....

அதை நேர் வழியில் நேர்மையாக சந்திப்பவனே வெல்கிறான்..

வலியில் இருந்து..

நாம் வாழ்வானது நம்மை சார்ந்தவரின் மாதா வலியில் பிறந்து......

நம்மை (பிதா) சார்ந்தவரின் வழியில் வாழ்வின் பொறுப்புகள் எல்-
லாம் கற்றுக்கொண்டு....

நம்மை (குரு) சார்ந்தவரின் வழியில் பலதையும் கற்றுக்கொண்டு....

அந்த வழிகளில் ...

வலிகளையும் பெற்றுக் கொண்டு....

வாழ்வில் திகழ்வோம் பலருக்கு தெய்வமாய்.....!

19. கிராமத்தின் மகிழ்ச்சி

காற்றானது தென்றலாய் அல்ல, புயலாகவும் அல்ல,..
ஏனோ..
தென்றல் கலந்து புயலாக வீச...
மாலை நேரம்...
வேடிக்கையாய் பலரும் வேடிக்கை பார்ப்பவராய் பலரும் நானும்
வேடிக்கையாய் வேடிக்கை பார்த்துக் கொண்டிருக்க...
குழந்தைகள் ஆர்வமாய் விளையாடிக் கொண்டிருக்க....
அந்த நொடி மகிழ்ச்சியாய் அனைவரும் அந்த நேரத்தை நேசித்து
கொண்டிருக்க....
மேலும்...
மகிழ்ச்சியை சேர்க்க மழையின் வருகையை கண்டேன்
வேடிக்கை பார்ப்பவர்கள் கூட வேடிக்கையாக நடனம் ஆடி
மழையை வரவேற்க மகிழ்ச்சியான தருணமாய் மாற....
அனைவரும் மகிழ்ச்சியை நடனமாய் காட்ட...
கிராமமே முழ்கியது மகிழ்ச்சியில்...
அந்த நொடி அனைவரும் கண்களில் கண்டேன்...
நீண்ட நாள் ஏக்கத்தை கண்ணீருடன்....!
அப்போது புரிந்தது நமக்கான நாள் வரும் கண்டிப்பாக...
கஷ்டங்கள் ஆயிரம் வரலாம்...
பல நாட்கள் ஏன் பல வருடங்கள் வரலாம்..
ஆனால்..,
அதற்கான தீர்வு..
ஒரு நிமிடம் யோசித்தால் போதுமானது...
பொறுத்துக்கொள்.! பொறுமையை கற்றுக்கொள்...!
தானாக நடைபெறும் அனைத்தும் தனக்கான வாழ்வில்..

பொறுமை கொள்...! பொறுமையாக அனைத்திலும் வெற்றிக்-
கொள்....! கைவிடாதே உன் நம்பிக்கை.....நானும் வெல்வாய் உன்
வாழ்க்கையை ...
மகிழ்ச்சியுடன்....
வாழ்க வளமுடன்...!

பொறுமை கொள்...! பொறுமையாக அனைத்திலும் வெற்றிக்-
கொள்....! கைவிடாதே உன் நம்பிக்கை.....நானும் வெல்வாய் உன்
வாழ்க்கையை ...
மகிழ்ச்சியுடன்....
வாழ்க வளமுடன்...!

20. பயணம்

அன்றாட வாழ்க்கையில் நாம் அனைவரும் பயணிக்கின்றோம்...

பொறுமையாக..

இல்லை எனில்..

வேகமாக...

ஆனால்..

பயணிக்கிறோம்..

வேகத்தை கடைப்பிடிப்பவன் விவேகத்தை கடைபிடிக்க வேண்டும்..

இல்லையெனில்..

விபத்துக்குள்ளாக நேரிடும்,,

அதுவே பொறுமையாக செல்பவன் அனைவரையும் பொறுத்துக் கொண்டு செல்கிறான்...

தன் இலக்கை நோக்கி...

அனைவரும் எவ்வாறு சென்றாலும் தான் பொறுமையை கடைப்பி-டிக்கிறான் .....,

அவன் சாலையில் செல்ல தெரியாமல் பொறுமையாக செல்ல-வில்லை

அனைத்தையும் கற்றவனாக....

அல்லது அனைத்து சூழ்நிலையிலும் வாழ்ந்தவனாக....

செல்கிறான் முன்னோக்கி...

வேகமாக செல்கிறவர்கள் பலரும் உண்டு...

என்ன நடக்கிறது என்று தெரியாமல்

எது நடந்தாலும் பாத்துக்கலாம் என கூறி பரவசம் காட்டும் மனிதர்-கள்

நடப்பது அறியாமல் செல்பவர்கள் இல்லையெனில் அனைத்திற்கும் தயாராக செல்லுபவர்கள்..

வேகம் முக்கியம் தான் பயணத்தில் அல்ல விவேகத்தில்.....
விவேகத்தில் வேகமும்...! பயணத்தில் பொறுமையும்...! கொண்டால்
நம் வாழ்வை பெறலாம்.
நம்பிக்கையுடன்..
சிந்தியுங்கள்..
வாழ்வைச் சிறக்க செய்யுங்கள்...
வாழ்க வளமுடன்....!

21. FRIENDSHIP

வாழ்நாள் முழுவதும் வாழ்க்கையை ரசிக்க ஆசைப்படுகிறேன்
என் நண்பர்களுடன் இணைந்து......
காரணமோ......! வாழ்க்கையே என் நண்பர்கள் ......!

22. கண்டதில் ஒன்று

அன்றாட வாழ்வில் பலரையும்....

பலவிதமாக...

காணும் இவ்வுலகில்

கண்டேன் ஒரு உத்தம மனிதனை....

தன் வயிற்றில் பிறந்த மகனை பார்ப்பது போல் தன் பிள்ளைகளாக

வயல்களை கருதி வாழ்ந்து கொண்டிருக்கும் அந்த உத்தம மனி-

தன்....... விவசாயி.. என்ற பெயரில் கண்டேன்......

அவரிடம் கற்றுக் கொண்டதில் ...

இரவானது எவ்வளவு அழகோ அதுபோல ஒவ்வொரு மனிதனின்

வாழ்வில் விடியல் ஒரு அழகு..

என அவர் கூற..

சிறிது மௌனத்திற்கு பிறகு சட்டென்று நானும் தமக்கான விடியல்

வெகு விரைவாக வரும் எனக் கூற .

அவர் சிறு புன்னகையுடன்..

நானும் அதற்காக காத்திருக்கிறேன் எனக் கூற எங்கள் பேச்சு சிரிப்-

புடன் முடிந்தது...

அந்த நம்பிக்கையில்......!

23. பூமியின் நிழல்

ஒவ்வொருவரும் தனக்கென.....
ஒரு நிழலை தேடிக்கொண்டிருக்கும் இந்த உலகில்..
எத்தனை பேருக்குத் தெரியும்....?
பூமியின் நிழலை சிதைத்து கொண்டிருக்கிறோம் என்று...?

24. FAMILY MAN

ஆண் மகனின் அதிகபட்ச பேராசை தன் குடும்பத்தின் மகிழ்ச்சி மட்டுமே.................!

25. முதல் காதல்

காதல் எனக்காக தோன்ற வேண்டியது...
ஏனோ..
என் நண்பர்களால்
என்னுள் தோன்றியதனாலோ முடிவடைந்தது..
என் முதல் காதல்...!

26. TEACHERS

தொலைபேசியில் தொலைதூர கல்வியை பெற முடியும்...!
நம்மில் பலருக்கு தெரியுமா.?
நம் முன்னே உள்ள ஆசிரியர்கள் தொலைபேசியை விட பல மடங்கு
சிறந்தவர்கள் என்று.....!

27. விடியல்

இரவில் உறங்கும் தருணம்...

அன்று முழுவதும் நடந்ததை நினைத்துக் கொண்டிருந்த தருணம்....

சில நிகழ்வுகள் பின்பற்ற வேண்டும் என்றும்,,

சில நிகழ்வுகள் பின்பற்ற வேண்டாம் என்றும்

அன்று நடந்ததை நினைத்து விட்டு உறங்க தயார் ஆனேன்

சட்டென்று விழித்துக் கொண்டு,

இன்று முடிந்தது....

நாளை என்ன செய்வது என யோசித்தேன்..

சில நிகழ்வுகளை பற்றியும் சிலவற்றை பற்றியும்..

உறங்காமல் கண்ணை மூடிக்கொண்டு சிறிது நேரத்திற்கு பிறகு

எதுவும் தெரியாமல் உறங்கி விட்டேன்..

விடியலானது பிறந்தது,...

அதுபோல தான் வாழ்க்கையும்

நீ என்ன செய்தாலும்.....எதுவுமே செய்யவில்லை என்றாலும் நடப்-

பது கண்டிப்பாக நடக்கும்...

அனைவரின் வாழ்விலும் விடியல் பிறக்கும்..

உறுதுணையாய் இருங்கள்...

நம்பிக்கையுடன்

உனக்கானது தேடி வரும் உன் வாழ்வில்.........................!

28. பள்ளிப் பருவம் சொர்க்கத்தில் இருந்த நாட்கள்

என்னுடைய ஐந்து வயதில் பள்ளி படிப்பை தொடங்கினேன்...

நான் படித்தது முழுவதும் ஆண் பெண் இருபாலரும் படிக்கும் கல்வி முறை பள்ளியில் நிறைய நண்பர்கள் எனக்காக என் செயல்களுக்-காக

மேலும்

மேல்நிலைப் பள்ளியில் கற்றுக் கொண்டிருந்த தருணம்

அச்சூழலில் கவலை என்பது அறியாத ஒன்று

ஏனோ

என் பள்ளி நண்பர்கள் அவ்வாறு..

கவலை கொள்ள மாட்டோம்

ஆசிரியர்கள் கண்டிப்பதை கேட்டு கண்டு கொள்ள மாட்டோம்

கவலைகள் எங்களை தேடி வரும் போது

ஆசிரியர்களை கண்டு பயம் கொள்வோம் எங்களின் பயமோ மரி-யாதையை அடிப்படையாய் கொண்டு

நாங்கள் பெரிதும் பாக்கியசாலிகள் ஏனோ எங்களுக்கு கற்பித்தவர்-கள் அவ்வாறு..

நாங்கள் தான் பள்ளியின் சிறந்த மாணவ மாணவிகள் என்று...

அழகான பொய் கூட சொல்லிவிடலாம்...

பள்ளிக்கு செல்லும் நாட்கள் வாழ்க்கையின் சொர்க்கத்தில் வசிக்கும் நாட்கள்..

ஏனோ..

நாங்கள் செய்த பாவம் சொர்க்கத்தில் வாழும் நாட்கள் குறைவாக கிடைத்தது...

ஆனாலும் எங்களின் நினைவுகள்..

பள்ளி முழுவதும் ஆசிரியர்கள் மனதிலும் நிரம்பி இருக்கிறது..

பள்ளி பருவ நாட்கள் நினைத்தாலும் திரும்பி செல்ல இயலாது ஆனாலும் திரும்பி செல்வோம் ஒவ்வொருவரின் நினைவுகளில்..

பள்ளியில் செய்த குறும்புகள்,

சிறு சிறு சண்டைகள்,

ஒன்றாக அமர்ந்து உண்ணும் உணவு வேலைகள் ,

பாடம் எடுக்கும் முன் கண்டதைப் பேசி கவலையை மறந்து கதை கூறும் ஆசிரியர்கள்..,

வகுப்பறையில் மட்டுமல்ல இன்றுவரை எங்களுக்காக உழைக்கும் ஆசிரியர்கள்...

இந்த சொர்க்க நாட்கள் எல்லாம்..

மீண்டும் கிடைக்குமா.....?

ஒரு முறை...............

29. வளர்ச்சியுருமா ?

கல்வியின் வளர்ச்சிகள் மட்டுமல்லாது பள்ளியின் வளர்ச்சியையும்
தினசரி மேம்படுத்தும் அரசியல் தலைவர்கள் ஏன்....?
தன் குழந்தைகளை அரசு பள்ளியில் சேர்ப்பதில்லை..
அரசு பள்ளிகளின் தரத்தை உயர்த்த நினைக்கும் அரசியல் தலை-
வர்கள் தன் குழந்தைகளை பள்ளியில் சேர்க்கலாம் அல்லவா...
பள்ளிகளின் வளர்ச்சி என்பது..
ஒவ்வொரு குழந்தையின் வளர்ச்சி,
நம் வருங்காலத்தின் வளர்ச்சி,
நாட்டின் வளர்ச்சி நாளும் வளர்ச்சி
பள்ளிகள் வளர்ச்சி அடைகிறது மிகவும் மெதுவாக
மாணவர்களுக்கு உதவி தொகை,
உணவு தருவதனால் மட்டுமே பள்ளி வளர்ச்சி அடையாது
சிறப்பான வாழ்க்கை சிந்தனைகள் பாடங்களாக அமைய வேண்டும்..
கட்டிடங்கள் சிறப்பான முறையில் அமைய வேண்டும்..
பள்ளியின் ஆசிரியர்கள் அனைவரும் முழுவதும் தன் திறமைகளை
வெளிக் கொணர வேண்டும்...
மைதானம் வளர்ச்சி அடைய வேண்டும்..
மாற்றங்கள் வளர வேண்டும்...
பள்ளியிலும் ,கல்வியிலும்..
ஏனோ...!
பள்ளியில் கல்வி கற்பது வாழ்க்கையில் ஒரு முறை
வரங்களாக இருக்க வேண்டுமே தவிர பாரங்களாக திகழக்கூடாது
வளர வேண்டும்..
பள்ளிகளும் கல்வி முறைகளும்
மாற வேண்டும் ... அனைவரும் கற்க வேண்டும்

அரசு பள்ளியில் மட்டும்...
வாழ்க
கல்வியை மேம்படுத்துபவர்கள்......!
வளர்க
அரசு பள்ளிகள் ....!
வாழ்க வளமுடன்.....!

30. மதுக்கடை ஓர் மரணக்கடை

நியாய விலை கடையில் கூடும் ஆண் பெண்களை விட...

மது கடையில் கூடும் ஆண் பெண்கள் அதிகம்....

கலாச்சாரம் மறந்து கற்றதை மறந்து கவலை எனும் தேவை இல்லா-
தை மட்டும் வைத்துக் கொண்டு குடிக்கும் ஆண் மகன்களும்...

ஆணுக்கு இளைத்தவர்கள் நாங்கள் அல்ல எனக் குடிக்கும் பெண்-
களும் இங்கேதான் உள்ளனர்...

ஒரு மனிதன் மதுவை தொட்ட பிறகு தான்..

அனைத்தையும் மறக்கிறான்..

கண்டதை உரைக்கிறான்..

பல தாய்மார்களின் தாலியை அறுக்கிறான்.

கவலையில்...!

தன் வாழ்க்கையை வெறுக்கிறான்...

மது அருந்துபவர்கள் கெட்டவர்கள் என கூறவில்லை

மது அருந்துவதால் கெட்டுக் ஒழிகிறார்கள் என வருத்தம் அடைகி-
றேன்..

அது வேண்டும் என்றால்..

பருகுங்கள் வாரம் அல்லது மாதத்திற்கு ஒருமுறை மகிழ்ச்சியில் மட்-
டும்...!

ஆனால்...!

இங்கு பலருக்கோ அன்றாட அத்தியாவசிய தேவையாக இருக்கி-
றது...

மது நாட்டுக்கும் வீட்டுக்கும் கேடு என்பர்...

ஆனால்..!

மதுவோ இங்கு அனைவருக்கும் தேவை என்கிறார்கள்

தினசரி பாலை விடவும் மது அதிகமாக விற்கப்படுகிறது

பலரது வாழ்க்கையோ வீணாக்கப்படுகிறது.....

மதுக்கடைகளோ அதிகம்.....கல்வி நிலையங்களை விட காவல் நிலையங்களை விட......... யோசியுங்கள்

நாட்டுக்கு தேவை தானா..?

நாட்டுமக்களுக்கு நன்மை தானா...?

அனைத்தையும் கற்கிறோம்....ஆனாலும் மதுவை ஒலிக்க மறுக்கி-றோம்.

இதன் பிறகும் மக்களை அழிக்கும் மது கடைகளும், மது பானங்க-ளும்

தேவைதானா..? இந்த நாட்டிற்கு..

சிந்தியுங்கள்...!

ஒழிப்போம் மதுக்கடைகளை..!

மீட்போம் மதுப்பிரியர்களை....!

நாளும் வளர்ப்போம்

நாட்டு மக்களை...!

மது இல்லா நாட்டை உருவாக்குவோம்...!

வாழ்க வளமுடன்...!

31. மாலை நேர உரையாடல்

அன்று ஒருநாள் சூரியன் மறைவில் பிறக்கும் சந்திரனை ரசிக்க
காத்துக் கொண்டிருந்த தருணம்
பறவைகளின் கூச்சலில்....
அந்த சொர்க்கத்தை உணர்ந்த தருணம்...
மாலை நேர நண்பர்களுடன் கலந்துரையாடிக் கொண்டிருந்த அந்த
நொடி....
அனைவரும் அனைத்தையும் மறந்து
வாரம் ஒரு முறை...
ஒரு மணி நேரம் சொர்க்கத்தை கண்டேன்
என் நண்பர்களுடன் கண்ட உரையாடலில்..
பல நினைவுகளை மறந்து கவலைகளை காற்றில் பறக்க விட்டு
கலந்துரையாடலின் முடிவில் பாட தோன்றும்
"சொர்க்கம் இதுதான் அம்மா மேலே கிடையாது"
என்று..
என் வாழ்க்கையின் வரங்கள்
வாழும் காலம் வரை உள்ள என் நண்பர்கள்...!
என் தோழர்கள்....!

32. மறக்காத ஒன்று வாழ்வில்

அன்று மீண்டும் கண்டேன் அவளை.....!
ஏனோ..!
மனமானது ஏக்கம் கலந்த தடுமாற்றத்துடன்
மனமோ மிகப்பெரிய பாரமாக தெரிந்திட!
அது காலை வேலை
தென்றல் கலந்த காற்று
அனைவரின் மீதும் வீசியது
ஏனோ...!
நான் மட்டும் வியர்வையில் குளித்திருந்தேன்..
அத்துனை ஏக்கங்கள் அவளைப் பார்த்த பின்
மறந்தேன் அனைத்தையும்..
என்ன செய்வதென்று தெரியாமல் களைத்துப் போனேன்..
நீண்ட நாள் கழித்து பார்த்தேன்
எதிராக அவளை கண்ணை....
ஒன்றும் புரியாமல் குழம்பிப் போனேன்
ஏனோ..
சில நிமிடங்கள் உலகமே நின்றது போல தோன்றியது
11 வருடங்களின் ஏக்கம். அவளை பார்த்தேன்,
அவள் எனக்கானவள் அல்ல
என என் மூளைக்குத் தெரியும்
ஏனோ
அவள் தான் என் முதல் காதல்..
மறந்தேன் அவளை மறப்பதற்கு..
என்ன செய்வது என்று தெரியாமல் அமர்ந்தேன் இருக்கையில்..
ட்ரிங் ட்ரிங் என்று சத்தம் என தொலைபேசியில் ஒலித்தது

யார் என பார்த்தேன்
என் உயிர் நண்பன்...!
மறந்தேன்...!
அந்தப் பெண்ணை பார்த்த அந்த நொடியை!
ஆனால்!
அவளை அல்ல......

33. கிராமங்களின் நிலை

மழை வரும் வேளை..........!
நான் அந்த அழகான மழையை வரவேற்க காத்திருந்த நேரம்
செடி கொடிகளும் ஆடிக்கொண்டிருக்க...!
மாலை நேரம் மேகம் கருமேகமாய் தன்னைச் சுற்றிவர
அந்த நொடி...
மழை வர அதனை ரசிக்க
மழைத்துளி மேலே பட முகம் மகிழ்ச்சியை கடந்து
ஏமாற்றத்தை நோக்கி நகர்ந்தது
அதுவோ நகர்ப்புறம்...!
அனைவரும் அந்த மலையில் தனக்கான வேலையை தொடர நான்
ஏமாற்றமடைந்து
ஏனோ..
பெய்தது அமில மழை...!
அப்போது நினைவில் ஒலித்தது
தன்னுடைய கிராமப்புர வாழ்க்கையின் அழகிய நினைவுகளை.....
நகர்ப்புறத்தை தவறு என கூறவில்லை
ஆனால்
நகர்புறத்தை மேலும் நகரமயமாக்கும் இந்த மக்களில் பாதி பேருக்கு
ஏன் தோன்றவில்லை நம் அன்றாட உணவை விதைக்க ஏன் கிரா-
மப்புரங்களில் வளர்ச்சி தேவை என்று....
வளர்ச்சி அடைகிறது.............
கிராமங்களும் நகரங்களாய்..!
தென்றல் மாசுவாய்!
விளைநிலங்கள் விலை நிலங்களாய்..!
வருத்தம் கொண்டேன்...

எல்லாம் சரி செய்யப்படுமா...?

• 48 •

எல்லாம் சரி செய்யப்படுமா...?

34. நிழலைத் தேடி

சுட்டெரிக்கும் சூரிய ஒளியில் பலரையும் கண்டேன்
கேள்வி எழுந்தது..
ஏனோ...
இந்த தளராத வயதிலும் அனைவரும் எங்கே செல்கிறார்கள் என
தெரியவில்லை
ஒன்றும் புரியவில்லை...!
ஒரு நிமிடம் குழப்பத்திற்கு உள்ளானேன்...
சட்டென்று..!
ஒரு வினா எனக்குள்ளே இவர்களுடன் நாமும் எங்கே செல்கிறோம்
என்று...!
அப்போது புரிந்தது தனக்கென இந்த உலகில் ஒவ்வொருவருக்கும்
வெற்றி என நிர்ணயிக்கப்பட்டிருக்கும் ..
ஓர் நிழலை தேடி....!

35. மரங்கள்

அழகிய காலை பொழுதில்
கண்டேன்.... உன் நடனத்தை
தென்றல் இசையாய் வீச...!
ஏனோ...
உன் நடனத்தைக் கண்டு
புதிதாய் பிறந்தது போன்று உணர்ந்தேன்..
ஒரு நிமிடம் வெட்கப்பட்டேன்...........!
சில மனிதர்கள் உன்னை
வெட்டுவதை நினைத்து
ஆனால்
மீண்டும் பெருமை கொண்டேன்
பல மனிதர்கள் உன்னை
நடுவதைக் கண்டு...!

36. வாழ்வில் கனவுலகம்

வாழ்ந்து கொண்டிருக்கிறேன்..
நிஜத்தில் அல்ல கனவுகளில்
என்ன நடக்கிறது...
என்று தெரியாமல் வாழ...
நிஜத்தை போல் என் தலையெழுத்தை யாரோ எழுதவில்லை
உண்மையில் என் கனவுலகில் நான் நான் மட்டுமே
ராஜா..!
ஏனென்றால்.....
என் கனவுகளில் மட்டுமல்ல அனைவரின் கனவுகளிலும் அவர்கள்
தான் ராஜா
அவர்கள் எண்ணங்கள் தான் அவர்களின் தலையெழுத்து..........
நம் கனவுகளை நாமே சித்தரிக்கும் போது
நம் கனவுகளின் கடவுளும் நாமே....!
பலரின் வாழ்க்கை சிதைக்கப்படுகிறது...
கனவுகளிலோ சித்தரிக்கப்படுகிறது..
ஏனோ என்னுள் இந்த வினா..?
கனவு நாம் காணும் போது நாம் வாழ்க்கை நாம் வாழும் போது
ஏன் கனவுகளை சிதைக்கப்படும் வாழ்க்கையில் சித்தரிக்கக் கூடாதா
என்று..?
என்னுள் கேட்டுக் கொண்டேன்...
மேலும் பதிலும் சொல்லிக் கொண்டேன்....
என் கனவுகளை என் வாழ்க்கையில் சித்தரிக்க தேவைப்படுவது
என்னுள் எழும் என் தன்னம்பிக்கை மற்றும் முயற்சி...
நிச்சயம் சித்தரிப்பேன்...
என் கனவுகளை நான் வாழும் வாழ்வில்...!

மறக்க மாட்டேன்....
கனவுகளை.....!
மாற்றுவேன்....
கனவை போல் என் வாழ்வை...!
மிக விரைவில் ....

37. என்னுள் எழும் எண்ணங்கள்

புத்தகம் எழுதத் தோன்றியது
பூமியை புரிந்தவனாக அல்ல..!
என்னுள் இருந்த கவிஞனாக
என்ன எழுதுவது என்று தெரியாமல் யோசித்த தருணம் ....
சற்றென்று..
மூளையில் தென்பட்டது...
ஏன்?
புதிதாக எழுத வேண்டும் நம்முள் உணர்வதை எழுதுவோம்
தெருவில் நிகழும் உணர்ச்சிகளை எழுதுவோம்...
என்னுள் எழுந்த எண்ணங்களை காவியமாக எழுதவும்...
. ஆம்...
அன்றாட நிகழ்வில் காண்பது கண்முன்னே நிகழ்வதை காட்சிப்படுத்-
துவோம்....
படங்களாய் அல்ல என்னுள் எழுந்த வரிகளாய்.....!

38. வறுமையில் பூமி

வளர்ந்து வரும்..
நாட்டின் வருங்காலங்கள் நாங்கள்..
வருடம் முழுவதும் உழைத்த பின்பும் கற்றுக் கொள்ள மறுக்கிறோம்.
வறுமையை ஒழிப்பதற்கு
தினந்தோறும் போராடுகிறோம்
நாட்டு வளங்களை பாதுகாப்பதற்கும்....,
நாட்டின் பசுமையையும், விவசாயத்தையும் அழிவிலிருந்து மீட்பதற்-
கும்,,,,
ஏனோ..!
மறுபக்கம் சீரழிக்கப்படுகிறது
விவசாய நிலங்களும்.., பசுமையும்..
நாட்டின் வளர்ச்சி என்ற பெயரில்....
வளர்ச்சி என்னும் வார்த்தையை கொண்டு
சீரழிக்கப்படும் ஒவ்வொரு விவசாய நிலமும் மாற்றுகிறது
நாட்டு மக்களை வறுமை கோட்டிற்கு கீழ்....
அனைத்தும் அளிக்கப்படுகிறது
பணம் என்னும் மூன்றெழுத்து காகிதத் தாள்களுக்காக....
புரியவில்லை.........
பணத்தை மட்டும் சேர்க்கும் நம்மால் எதிர்காலத்தில் யாவருக்கும்
என்ன பயன்...
வருத்தம் அடைகிறது வருங்கால பூமியைக் கண்டு..
ஏமாற்றுமாய் உள்ளது...!
ஒவ்வொரு நாளும் புதிது புதிதாக ஏற்படும் மாற்றங்களை கண்டு..
பூமி வளர்ச்சி பாதைக்கு செல்லுமா?..
இல்லை வருங்காலங்கள் வருத்தம் அடையுமா?..

புரிந்து கொள்ளுங்கள்..!
நாட்டை வளர்க்கிறோம் என்ற பெயரில் பூமியை சிதைத்து கொண்-
டிருக்கிறோம்...
சிந்தியுங்கள்..!
பூமியை சிதைவடையாமல் தடுங்கள்...
இனியாவது எழுங்கள்
உறக்கத்திலிருந்து.....!
உரக்கச் சொல்லுங்கள்
பூமியை காப்போம் என்று.....!
வளர்ப்போம் பூமியை !
தவிர்ப்போம் வறுமையை!

39. சூதாட்டம்

வறுமையில் வாடும் மக்களின் ஆசை ......பணக்கார மக்களின் கர்-
வம் அனைத்திலும் வெற்றிபெறுகிறது வாழ்க்கைக்கு தேவையே இல்-
லாத சூது......

வாழும் காலங்களில் வாழ்வைத் தொலைக்கும் மனிதர்களின் ஆரம்-
பம் சூதாட்டம்...

கடன் தொல்லை.. கவலையின் உச்சம்..

அனைத்திற்கும் முதற்படி சூதாட்டம்

மாபெரும் போர் எழுக்காரணம் சூதாட்டம்..

தினந்தோறும் திறமைகளின் அடிப்படையில் வாழ்வை முன்னேற
நினைக்கும் ஒவ்வொரு மனிதனின் சோம்பேறித்தனத்திற்கு உரிமை-
யாளன் இந்த சூதாட்டம்...

சூரிய உதயம் ஆரம்பிக்கும் முன் சூதாட்டம் ஆரம்பிக்கிறது...

ஒவ்வொரு மனிதனின் வாழ்விலும்..

சூழ்நிலைக்கேற்ப சூதாட்டத்தை பற்றி நன்கு அறியாமல் தன் வாழ்-
வில் பணம் எனும் காகிதத்தாள்களுக்காக விளம்பரமாக பரிந்துரைக்-
கப்படும் சூதாட்டத்தை நம்பி சுற்றி இருக்கும் நபர்களுக்கு தெரிந்தும்
தெரியாமலும் தன் வாழ்வில் தன் உழைப்பில் உழைத்த அனைத்-
தையும் சூதுவாக விளையாடும் அளவுக்கு தள்ளப்படுகிறான்..

சூதாட்டம் எனும் மோகத்தினால்.....

வெற்றி பெறுகிறான்

ஆரம்ப நிலையில்...

ஏனோ..

அதன் மீது கொண்ட மோகத்தினால் அதன் உச்ச நிலை வரை
செல்கிறான்..

உயிரே விடுகிறான்,, உறவை தொலைக்கிறான் உன்னதமான

வாழ்வை உணராமல் சூதாட்டத்தை மட்டும் உணர்ந்து வெற்றி எனும்
பேராசைப்படுகிறான்
விழித்திருங்கள்
சூதாட்டத்தை வெறுத்திடுங்கள்......
வேண்டாம் நண்பா!..
நம் வாழ்க்கைக்கு சூதாட்டம்....!
சிறிது சிந்தித்துப் பார்.....!

வாழ்வை உணராமல் சூதாட்டத்தை மட்டும் உணர்ந்து வெற்றி எனும்
பேராசைப்படுகிறான்
விழித்திருங்கள்
சூதாட்டத்தை வெறுத்திடுங்கள்......
வேண்டாம் நண்பா!..
நம் வாழ்க்கைக்கு சூதாட்டம்....!
சிறிது சிந்தித்துப் பார்.....!

40. கனிம வளங்கள்

இரவு பகல் என தினந்தோறும் நடைபெறும் நிகழ்ச்சியில் பல நிகழ்-
வுகள் நடைபெறுகிறது.....
கனிம வளங்கள் காணாமல் போகிறது
தினமும் விடியலுக்கு முன்......
திருடப்படுகிறது
கனிம வளங்கள்.....
சுரண்டப்படுகிறது
பூமி அங்கங்கள்......
அனைத்தும்
ரூபாய் எனும் வெறும் தாள்களுக்காக....
அனைத்தும்
அறிவில்லாத்தனமாய்...
ஏனோ..
அவை திருடப்படுவதனால்...
பிற்காலம் இன்னும் பின்னோக்கி செல்கிறது வளர்ச்சியில்
அதனால் பூமியின் ஆயுள் குறைகிறது...
மனிதனும் அழிக்கப்படுவான் தனக்கான பேராசையில்...
தவறுகள் செய்பவன் தண்டனைக்குரியவன்..
அதனை தெரிந்தும் கண்டுகொள்ளாமல் போகிறவன்..
வறுமையிலும் வறுமையை சந்திப்பவன்...
வாழும் காலம் முழுவதும்
கனிம வளங்களை வளர்ப்பது பெரிது......!
வாழும் காலம் முழுவதும்
அதனை காப்பது அதனிலும் பெரிது....!

41. கால்நடைகள்

ஆறு அறிவு கொண்ட மனிதனிடம் அளவில்லாத்தனமாய் பாசம்
கொண்ட ஐந்தறிவு உயிரினங்கள் விவசாயத் துறையில் பெரிதும்
உதவுகிறது....

நண்பா நாம் வளர்க்கும் ஆடு மாடு கோழி என அனைத்தும் அற்-
புதமாக திகழ்கிறது விவசாயத்திற்கும், விவசாய மக்களுக்கும் கால்ந-
டையாக பயணித்து கால்நடைகளை பராமரிக்கும் ஒவ்வொரு மனி-
தனும் உத்தமன் எனும் விவசாயி

உண்மையில் ஒரு அங்கமாக திகழ்கிறது கால்நடைகள்

விவசாயத்திற்கும் நாட்டிற்கும் பிறந்த குழந்தை முதல் பெரியவர்
வரை பயன்படுத்தும் பால் கால்நடைகளால் பெறக்கூடியது

கால்நடைகளோ காலம் முழுவதும் அர்ப்பணிக்கிறது நம் தேவைக-
ளுக்காக நம்முடன்

நாளும் பயணிக்கிறது கால்நடைகளும் சக மனிதனுடன்

விளையாடுகிறது ஜல்லிக்கட்டு எனும் பெயரில்

சங்கடங்கள் நிகழும் இருப்பினும் சாமியாக திகழும் நம் கால்நடை-
கள் காலப்போக்கில் மறைகிறது பல வகைகள் காணாமல் போகிறது

இருப்பினும் யாரையும் குறை கூறவில்லை குறையாமல் பார்த்துக்
கொள்ளுங்கள் என்கிறோம்

கவலை வேண்டாம் கால்நடைகள் காலம் முழுவதும் நம்முடன்
இருக்கும் என நம்புவோம்

கால்நடை வகைகளை மீட்போம்

கால்நடைகளுக்கு காவலனாக திகழ்வோம்

காலம் முழுவதும் ஏனோ கால்நடைகளும் நம் வீட்டில் ஒருவன்
எனப் புரிந்து கொள்வோம் மரணத்திலிருந்து மீட்போம் மரியாதை
செலுத்துவோம் மண்ணில் மனிதன் உள்ளவரை கால்நடைகளும்

இருக்கும் என எடுத்துரைப்போம்.....

கதை சொல்லும் கவிதை

இருக்கும் என எடுத்துரைப்போம்.....

42. இயற்கை சீற்றம்

இயற்கை சீற்றம் இயற்கையினால் அல்ல
இயற்கைக்கு எதிராக நாம் செய்யும் அநீதிக்கு ஆதரவாக இயற்கை
சீற்றம் இதுவரையும் பல உண்டு அனைத்தும் இயற்கைக்கு ஆதர-
வாக

நாம் இயற்கையை அழிக்கும் இழிவான செயலுக்கு செய்யும் சிறு
முயற்சி கூட இயற்கை சீற்றத்தின் முதல் படி ஆகும்
மரங்களை வெட்டுவதால் மண் அரிப்பும் புவி வெப்பமயமாதலும்
பூமியை அழிக்கச் செய்யும் செயல்களாக திகழ்கிறது
நிலச்சரிவும் முத்தம் இடுகிறது மனிதனுக்கு ..தன் எதிரி மரங்களை
அழிப்பதற்கு

இயற்கை சீற்றங்கள் அனைத்தும் வருகிறது இயற்கையை அழித்த
மனிதனுக்கு நன்றி கூறுவதற்காக
நம் மீது கொண்ட அன்பிற்காக
ஏனோ அவர்களின் நன்றி கூறும் முறையோ நம்மிடம் இருந்து
உயிரை பறிப்பது ஆகும்
அனைத்துமே அன்பாய் படரும் ஏனோ சிறிது வேகத்துடன் இழுத்துச்
செல்லும் பாசமாக மரணத்தை நோக்கி காரணமோ நாம்தான் நண்-
பன் ஆயிற்றே

, இயற்கை சீற்றங்களை விட ஆபத்தானது மனிதனின் சீற்றங்கள்
இவை சிறிது கொடியது இயற்கையை விட அனைத்து வசதிகளும்
இவர்களால் செய்யப்படும்
தன் மரணத்திற்கு ஏற்ப காப்போம்
மரங்களை வர விட மாட்டோம்
இயற்கை சீற்றத்தை சரி செய்வோம் மனித சீற்றத்தை உணர்வோம்
உண்மையை உலகிற்கு எடுத்துரைப்போம்

நாம் வாழ தேவை இயற்கை மட்டுமே இயற்கை சீற்றங்களோ மனிதச்
சிற்றங்களோ அல்ல
இவை அனைத்தும் ஏற்படுவது நம்மால் மட்டுமே
சிந்தித்துப் பார் ....
மனிதா சீர் செய்து கொள் நம் இயற்கை வளங்களை இனியாவது
வாழ்க வளமுடன்...!

43. தன் குடும்பத்திற்காக

வாழ்வில் வாழும் சூழ்நிலைகள் கவலைகள் ஆயிரம்

கண்ணீர் வரும் வேளையில் கவலையை மறந்து கண்ணில் தூசி என சொல்லும் ஆண் மகன்களும்

கண்டதை உரைத்து தன் குடும்பத்தின் நிலை அறிந்து அனைத்தும் பாரமாக இருப்பினும் குடும்பத்தில் எவரிடமும் காட்டிக் கொள்ளாமல் சிரிப்பை மட்டும் சிறக்க செய்யும் அனைத்து ஆண் மகன்களும் வைரங்கலே...!

தன் குடும்பத்திற்கு கூட்டாளிகளுடன் இணைந்து கூடி பேசிய நாட்-கள் நிஜத்தில் இல்லாமல் நினைவுகளில் வைத்துக்கொண்டு தன் குடும்பத்தைக் காக்க அனைவரின் நினைவுகளில் செல்கிறான் ஆண் மகன் வெளிநாடுகளுக்கு

வெறும் உடலாய்.

தன் குடும்பம், நண்பர்கள் என பலரையும் நினைவில் மட்டுமே வாழ்ந்து கொண்டு அவனுக்கு அறிந்த நகரத்தை விட்டு தன் சொந்த மண்ணை விட்டு எதுவும் அறியாத நகரத்திற்கு யாரையும் தெரி-யாத நாட்டுக்கு சென்று தன் குடும்பத்திற்காக குப்பை அள்ளிக்-கொண்டு குடிசையில் வாடிக் கொண்டு தன் குடும்பத்தின் மகிழ்ச்சி மட்டும் தொலைபேசியின் வாயிலாக கண்டு கொண்டு தன் அழைப்-பின் இரண்டு நிமிடங்களின் நினைவுகளில் உழைத்துக் கொண்டு வாழும் ஆண்மகன் தன் குடும்பத்தின் வைரங்கள்...

தன் கடன்களுக்கு மட்டும் கனடா வரை சென்று உழைக்கும் மக்க-ளும் உண்டு. தன் குடும்பத்தின் நினைவுகளில் நினைத்த நேரத்தில் கூட தன் நாட்டிற்கு திரும்ப முடியாத சூழலில் மாட்டிக் கொள்ளும் ஆண்களும் உண்டு இவை அனைத்தும் எதற்காக கேட்கும் பலருக்-கும் பதில் என்பது ஒன்றே எல்லாம்

"தன் குடும்பத்திற்காக"

44. தன்னிலை அறியாமை

நீரில் நீந்தும்......,
மீன்களுக்கு
தெரியாது
உலகின் மிகப்பெரிய இருப்பிடம்
அதற்கு தான் உண்டு என...........!